Schule - ilé-ìwé	2
Reise - ìrìn àjò	5
Transport - ọkọ̀	8
Stadt - ìlú	10
Landschaft - ẹlẹ́bùú	14
Restaurant - ilé oúnjẹ	17
Supermarkt - ibi ìtajà	20
Getränke - ohun mímu	22
Essen - oúnjẹ	23
Bauernhof - oko	27
Haus - ilé	31
Wohnzimmer - yàrá ìgbé	33
Küche - ilé ìdáná	35
Badezimmer - ilé ìwẹ̀	38
Kinderzimmer - yàrá ọmọdé	42
Kleidung - aṣọ	44
Büro - ọfisi	49
Wirtschaft - ọrọ̀ ajé	51
Berufe - àwọn iṣẹ́ ààyò	53
Werkzeuge - àwọn irinṣẹ́	56
Musikinstrumente - àwọn irinṣẹ́ orin	57
Zoo - ibi ẹranko	59
Sport - àwọn eré ìdárayá	62
Aktivitäten - àwọn iṣẹ́	63
Familie - ẹbí	67
Körper - ara	68
Krankenhaus - ilé ìwòsàn	72
Notfall - pàjáwìrì	76
Erde - Ayé	77
Uhr - aago	79
Woche - ọ̀sẹ̀	80
Jahr - ọdún	81
Formen - àwọn ìrísí	83
Farben - àwọn àwọ̀	84
Gegenteile - òdì	85
Zahlen - nọ́mbà	88
Sprachen - àwọn èdè	90
wer / was / wie - tani / kínni / báwo	91
wo - níbo	92

Impressum
Verlag: BABADADA GmbH, Nedderfeld 112 , 22529 Hamburg
Geschäftsführer / Verlagsleitung: Harald Hof
Druck: Books on Demand GmbH, In de Tarpen 42, 22848 Norderstedt

Imprint
Publisher: BABADADA GmbH, Nedderfeld 112 , 22529 Hamburg, Germany
Managing Director / Publishing direction: Harald Hof
Print: Books on Demand GmbH, In de Tarpen 42, 22848 Norderstedt

Schule
ilé-ìwé

(labels in illustration:)
- dividieren — pínpín
- Klassenzimmer — yàrá ìkàwé
- Tafel — pẹpẹ
- Schulhof — yáàdì ilé-ìwé
- Lehrer — olùkọ́
- Papier — pépà
- schreiben — kọwé
- Stift — kálàmù
- Schreibtisch — dẹsiki
- Lineal — rúlà
- Buch — ìwé
- Schüler — akẹ́kọ̀ọ́

Ranzen
ọ̀rá

Federmappe
àpò pẹnsuru

Bleistift
pẹnsuru

Bleistiftanspitzer
olùgbẹ́ pẹnsuru

Radiergummi
rọ́bà

Zeichenblock
bọ́tìnnì yíyàwòrán

Zeichnung
yíyàròwán

Pinsel
burọ́ṣi ọ̀dà

Malkasten
àpótí ọ̀dà

Schere
sisọsi

Klebstoff
gúlù

Übungsheft
ìwé iṣẹ́

Hausaufgabe
iṣẹ́ àmúrelé

Zahl
nọ́mbà

addieren
àfikún

subtrahieren
àyọkúrò

multiplizieren
ìsọdipúpọ̀

rechnen
ṣírò

Buchstabe
lẹ́tà

Alphabet
alábídí

Wort
ọ̀rọ̀ síso

Schule - ilé-ìwé

		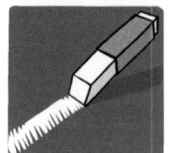
Text	lesen	Kreide
ọ̀rọ̀ kíkọ̀	kàwé	ṣọ́ọ̀kì

Stunde	Klassenbuch	Prüfung
ìkẹ́kọ̀ọ́	forúkọsílẹ̀	ìdánwo

Zeugnis	Schuluniform	Ausbildung
ìwé-ẹ̀rí	aṣọ ilé-ìwé	ẹ̀kọ́

Lexikon	Universität	Mikroskop
ìwé ìmọ̀	yunifasiti	ẹ̀rọ gbohùngbohùn
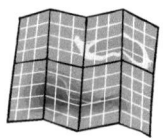		
Karte	Papierkorb	
àwòrán àgbáyé	agbọ̀n ìdalẹ̀nù	

Schule - ilé-ìwé

Reise
ìrìn àjò

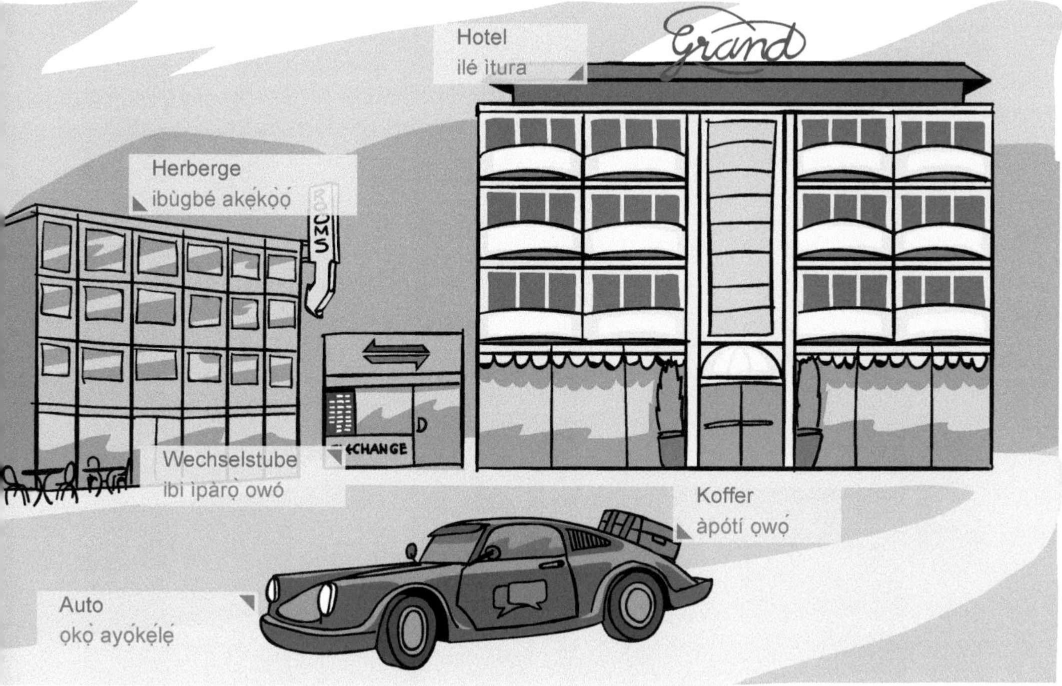

Hotel
ilé ìtura
Grand
Herberge
ibùgbé akẹ́kọ̀ọ́
ROOMS
Wechselstube
ibi ìpàrọ̀ owó
EXCHANGE
Koffer
àpótí ọwọ́
Auto
ọkọ̀ ayọ́kẹ́lẹ́

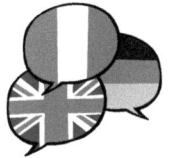

Sprache

èdè

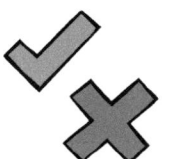

ja / nein

bẹ́ẹ̀ni / bẹ́ẹ̀kọ́

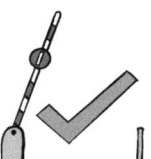

Okay

Ó dára

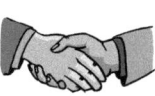

Hallo

ẹpẹ̀lẹ́

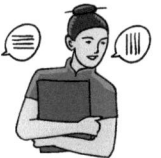

Übersetzer

olùtúmọ̀ èdè

Danke

O ṣeun

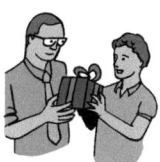

Was kostet...?
èló ni... ?

Ich verstehe nicht
Kò yé mi

Problem
ìṣòro

Guten Abend!
Ẹ káalẹ́!

Guten Morgen!
Ẹ kaarọ!

Gute Nacht!
Ẹ káalẹ́!

Auf Wiedersehen
ódigbà

Richtung
ìtọ́ni

Gepäck
ẹrù-ẹni

Tasche
báàgì

Rucksack
àpò ẹ̀yìn

Gast
àlejò

Zimmer
yàrá

Schlafsack
báàgì ibùsùn

Zelt
àgọ́

Touristeninformation
àlàyé arìnrìn àjò

Strand
òkun

Kreditkarte
káàdì arópò owó

Frühstück
oúnjẹ àárọ̀

Mittagessen
oúnjẹ ọ̀sán

Abendessen
oúnjẹ alẹ́

Fahrkarte
tikẹti

Fahrstuhl
ìgbésókè

Briefmarke
èdìdí

Grenze
àlà

Zoll
àwọn àṣà

Botschaft
ibi ìwé ìrìnà

Visum
fisa

Pass
ìwé ìrìnà

Reise - ìrìn àjò

Transport
ọkọ̀

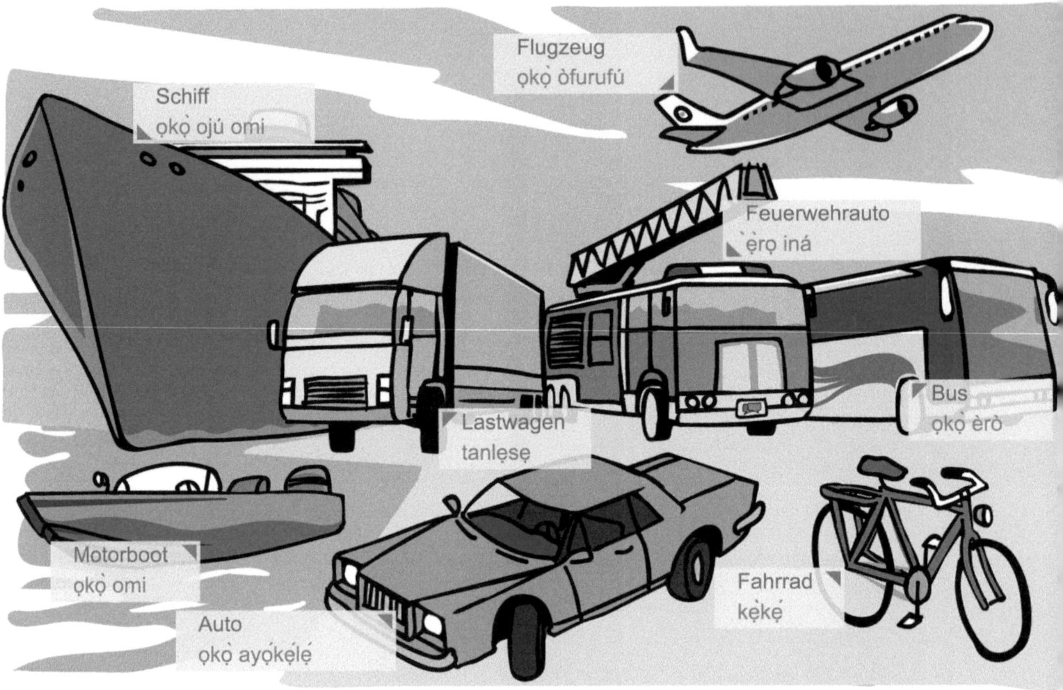

Flugzeug
ọkọ̀ òfurufú

Schiff
ọkọ̀ ojú omi

Feuerwehrauto
ẹ̀rọ iná

Lastwagen
tanlẹ́sẹ̀

Bus
ọkọ̀ èrò

Motorboot
ọkọ̀ omi

Auto
ọkọ̀ ayọ́kẹ́lẹ́

Fahrrad
kẹ̀kẹ́

Fähre
ọpán

Boot
ọpọ́n ojú omi

Motorrad
atapùpù

Polizeiauto
ọkọ̀ ọlọ́pàá

Rennauto
ọkọ̀ ìsáré

Mietwagen
ọkọ̀ yíyá

Transport - ọkọ̀

Carsharing
àpínlò ọkọ̀

Abschleppwagen
ìgbọ́kọ̀

Müllauto
ọkọ̀ dída ilẹ̀ nù

Motor
manto

Kraftstoff
epo

Tankstelle
ilé epo

Verkehrsschild
àmì iwakọ̀

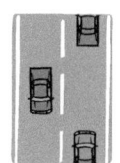
Verkehr
iwakọ̀

Stau
súnkẹrẹ

Parkplatz
ibi ìgbọ́kọ̀sí

Bahnhof
ibùdókọ̀ ojú irin

Schienen
àwọn ọ̀pópó

Zug
ọkọ̀ ojú irin

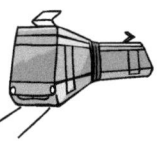
Straßenbahn
ọkọ̀ ori ilẹ̀

Wagon
ẹrù

Transport - ọkọ̀

Helikopter
ẹlikọputa

Flughafen
ibùdókọ̀ òfurufú

Tower
òpó

Passagier
èrò

Container
ibi ìpamọ́

Karton
katun

Karren
apẹ̀rẹ̀

Korb
agbọ̀n

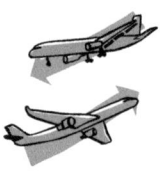

starten / landen
gbéra / balẹ̀

Stadt
ìlú

Dorf
abúlé

Stadtzentrum
àárín ìlú

Haus
ilé

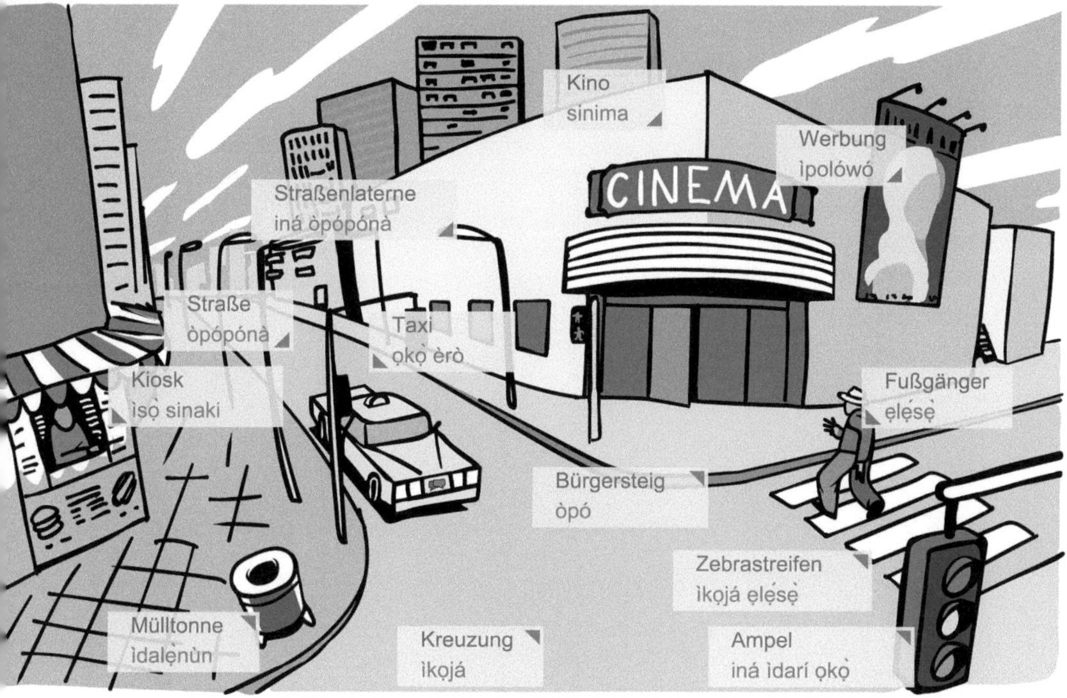

Kino
sinima

Werbung
ìpolówó

Straßenlaterne
iná òpópónà

Straße
òpópónà

Taxi
ọkọ̀ èrò

Kiosk
ísọ̀ sinaki

Fußgänger
ẹlẹ́sẹ̀

Bürgersteig
òpó

Zebrastreifen
ìkọjá ẹlẹ́sẹ̀

Mülltonne
ìdalẹ̀nùn

Kreuzung
ìkọjá

Ampel
iná ìdarí ọkọ̀

Hütte
abà

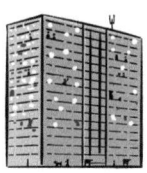

Wohnung
filati

Bahnhof
ibùdókọ̀ ojú irin

Rathaus
ojúde

Museum
musiọmu

Schule
ilé-ìwé

Stadt - ìlú

Universität
yunifasiti

Bank
ilé ìfowópamọ́

Krankenhaus
ilé ìwòsàn

Hotel
ilé ìtura

Apotheke
olùta òguǹ

Büro
ọfisi

Buchhandlung
ìsọ̀ ìwé

Geschäft
ìsọ̀

Blumenladen
òdòdó

Supermarkt
ibi ìtajà

Markt
ọjà

Kaufhaus
ibi ẹ̀ka iṣẹ́

Fischhändler
ibi ẹja

Einkaufszentrum
ibi ìrajà

Hafen
bèbè omi

Stadt - ìlú

Park
ibi ìgbafẹ́

Bank
àga

Brücke
afárá

Treppe
àgàsọ̀

U-Bahn
abẹ́ ilẹ̀

Tunnel
ihò ilẹ̀

Bushaltestelle
ibùdókọ̀

Bar
ilé ọtí

Restaurant
ilé oúnjẹ

Briefkasten
àpótí ìfìwéránṣẹ́

Straßenschild
àmì òpópónà

Parkuhr
mita ìgbọ́kọ̀sí

Zoo
ibi ẹranko

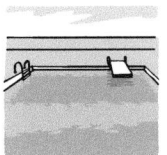

Badeanstalt
ibi ìwẹ̀

Moschee
mọ́sálásí

Stadt - ìlú

Bauernhof
oko

Umweltverschmutzung
ìdọ̀tí

Friedhof
ibi ìsìnkú

Kirche
ilé ijọsìn

Spielplatz
ibi ìṣeré

Tempel
tẹmpili

Landschaft
ẹlẹ́bùú

Blatt — ewé
Wegweiser — ajúwe
Weg — ọ̀nà
Wiese — ilẹ̀ koríko
Stein — òkúta
Baum — igi
Wanderer — olùrìn
Fluss — odò
Gras — kóriko
Blume — òdòdó

Landschaft - ẹlẹ́bùú

Tal
kòtò

Berg
òkè

See
adágún omi

Wald
aginjù

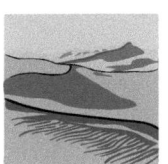
Wüste
aṣálẹ̀

Vulkan
ilẹ̀ ríru

Schloss
ibùgbé

Regenbogen
òṣùmàrè

Pilz
esun

Palme
ọpẹ

Moskito
ẹ̀fọn

Fliege
eṣinṣin

Ameise
kòkòrò

Biene
oyin

Spinne
alantakun

Landschaft - ẹlẹ́bùú

Käfer
làbọnlàbọn

Frosch
ọpọlọ

Eichhörnchen
ọkẹrẹ ńlá

Igel
sẹsẹ

Hase
ọkẹrẹ

Eule
òwìwí

Vogel
ẹyẹ

Schwan
pẹpẹyẹ ńlá

Wildschwein
ẹlẹdẹ igbó

Hirsch
àgbọnrín

Elch
àgbọnrín ńlá

Staudamm
adágún

Windrad
ọpá afẹfẹ

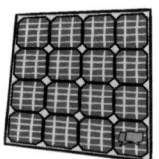

Solarmodul
panẹẹ̀lì òrùn

Klima
ojú-ọjọ́

Landschaft - ẹlẹ́bùú

Restaurant
ilé oúnjẹ

- Kellner — agbóunjẹ
- Speisekarte — àkọsílẹ̀ oúnjẹ
- Stuhl — àga
- Suppe — ọbẹ̀
- Pizza — písa
- Besteck — ọbẹ
- Tischdecke — aṣọ tábìlì

Vorspeise
ìpanu

Hauptgericht
oúnjẹ gangan

Nachspeise
ìpanu lẹ́yin oúnjẹ

Getränke
ohun mímu

Essen
oúnjẹ

Flasche
ìgò

Restaurant - ilé oúnjẹ

Fastfood
oúnjẹ kíá

Streetfood
oúnjẹ òpópónà

Teekanne
abọ́ tii

Zuckerdose
abọ́ ṣúgà

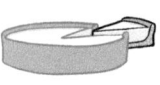

Portion
ìpín

Espressomaschine
ẹ̀rọ ẹsipirẹso

Hochstuhl
àga gíga

Rechnung
ináwó oṣoṣù

Tablett
tire

Messer
ọ̀bẹ

Gabel
fọ́ọ̀kì

Löffel
ṣíbí

Teelöffel
ṣíbí tii

Serviette
pépà ìnuwọ́

Glas
gilasi

Restaurant - ilé oúnjẹ

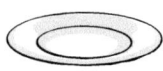
Teller
abọ́

Suppenteller
abọ́ ọbẹ̀

Untertasse
pẹlẹbẹ

Sauce
ọbẹ̀

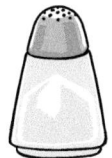
Salzstreuer
kòkò iyọ̀

Pfeffermühle
ilọta

Essig
fẹniga

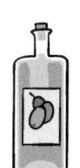
Öl
òróró

Gewürze
èròjà

Ketchup
kẹsọpu

Senf
mọsitadi

Mayonnaise
mayonesi

Restaurant - ilé oúnjẹ

Supermarkt

ibi ìtajà

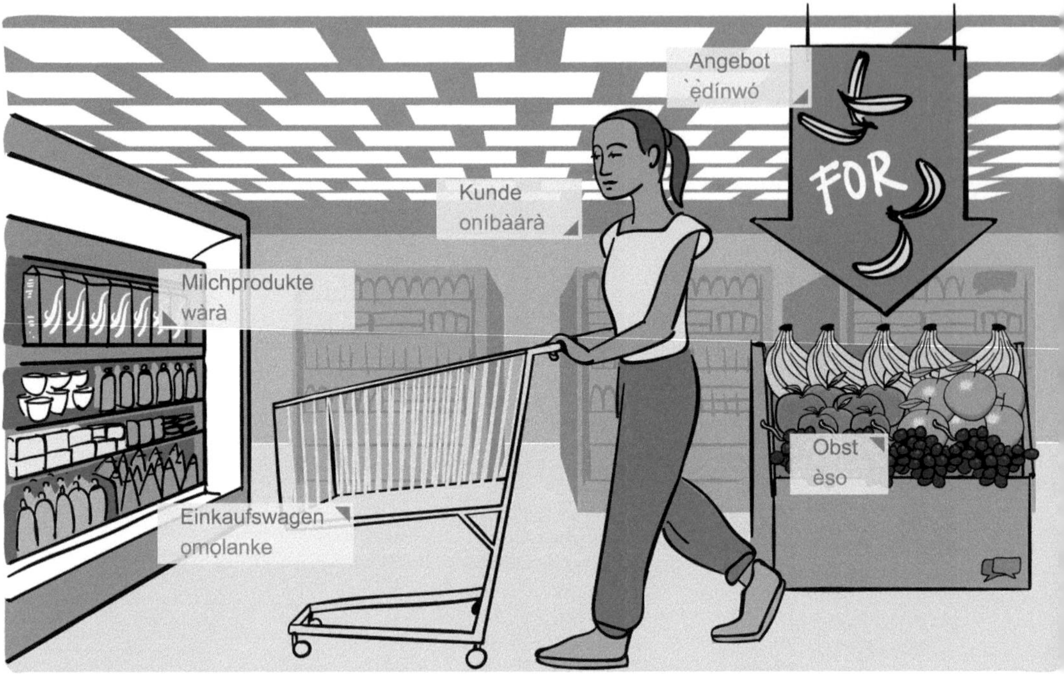

Angebot
ẹ̀dínwó
FOR
Kunde
oníbàárà
Milchprodukte
wàrà
Obst
èso
Einkaufswagen
ọmọlanke

BUTCHERS

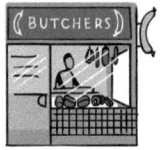

Schlachterei

alápatà

BAKERY

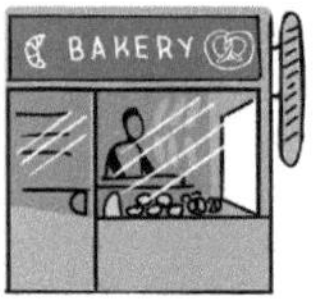

Bäckerei

beka

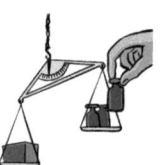

wiegen

wọ̀n

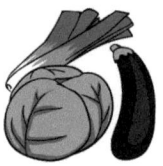

Gemüse

ewébẹ̀

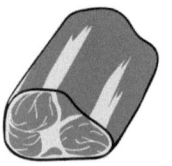

Fleisch

ẹran

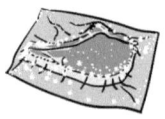

Tiefkühlkost

oúnjẹ dídì

Aufschnitt	Konserven	Waschmittel
ẹran tútù	oúnjẹ agolo	ọṣẹ ifọṣọ

Süßigkeiten	Haushaltsartikel	Reinigungsmittel
àdíndùn	àgbéjáde ẹbí	ohun ìtọ́jú

Verkäuferin	Kasse	Kassierer
olùtajà	tili	akawó

Einkaufsliste	Öffnungszeiten	Brieftasche
àkójọ ìrajà	wákàtí ìbẹ̀rẹ̀	ìpamọ́

Kreditkarte	Tasche	Plastiktüte
káàdì arọ́pò owó	báàgì	báàgì ọrá

Supermarkt - ibi ìtajà

Getränke
ohun mímu

Wasser
omi

Saft
omi èso

Milch
wàrá

Cola
koki

Wein
waini

Bier
bia

Alkohol
ọtí líle

Kakao
kòkó

Tee
tii

Kaffee
kọfí

Espresso
ẹsipirẹso

Cappuccino
kapusino

Essen
oúnje

Banane
ògèdè

Apfel
apu

Orange
ọsàn

Melone
`ẹ̀gúsí

Zitrone
òronbò

Karotte
karọti

Knoblauch
galiki

Bambus
ọparun

Zwiebel
àlùbọ́sà

Pilz
esun

Nüsse
`ẹ̀pà

Nudeln
nodu

Spaghetti | Reis | Salat
sipajẹti | ìrẹsì | saladi

Pommes frites | Bratkartoffeln | Pizza
ìpanu | ànàmọ́ díndín | pisa

Hamburger | Sandwich | Schnitzel
bọ́gà | sanwiṣi | ẹran sísun

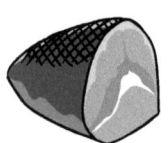

Schinken | Salami | Wurst
ẹsẹ̀ ẹlẹ́dẹ̀ | salami | sọseji

Huhn | Braten | Fisch
ẹran ẹdìyẹ | sun | ẹja

Haferflocken
oti pọreji

Müsli
musẹli

Cornflakes
confulakisi

Mehl
ìyẹ̀fun

Croissant
kirosanti

Brötchen
rolu búrẹ̀dì

Brot
burẹdi

Toast
dín

Kekse
bisikiti

Butter
bọ́tà

Quark
kọdu

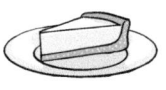
Kuchen
keki

Ei
ẹyin

Spiegelei
ẹyin díndín

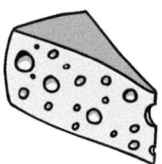
Käse
ṣiṣi

Essen - oúnjẹ

Eiscreme
aisi kirimu

Zucker
ṣúgà

Honig
oyin

Marmelade
jamu

Nougat-Creme
àfira ṣokoleti

Curry
kọri

Essen - oúnjẹ

Bauernhof
oko

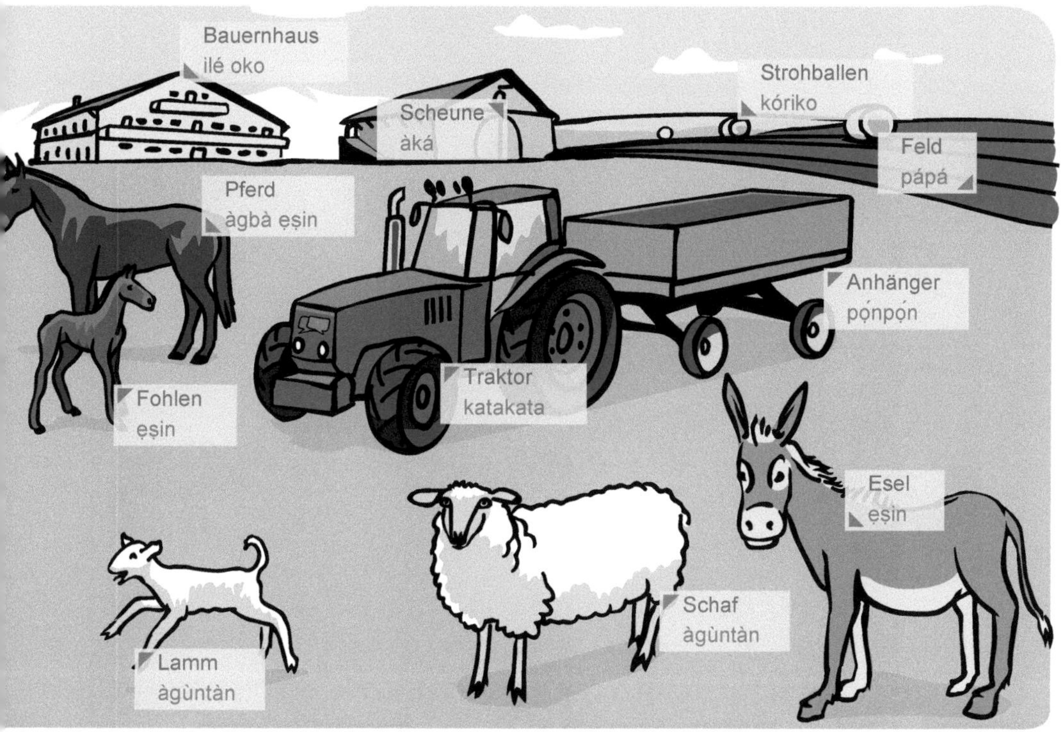

- Bauernhaus — ilé oko
- Strohballen — kóriko
- Scheune — àká
- Feld — pápá
- Pferd — àgbà ẹṣin
- Anhänger — pọ́npọ́n
- Fohlen — ẹṣin
- Traktor — katakata
- Esel — ẹṣin
- Lamm — àgùntàn
- Schaf — àgùntàn

Ziege
ewúrẹ́

Kuh
máàlù

Kalb
ọdọ́ àgùntàn

Schwein
ẹlẹ́dẹ̀

Ferkel
ọmọ ẹlẹ́dẹ̀

Bulle
àgbò

Gans
ọmọ pẹ́pẹ́yẹ

Ente
pẹ́pẹ́yẹ

Küken
ọmọ adìyẹ

Huhn
adìyẹ

Hahn
àkùkọ

Ratte
èkúté

Katze
olóngbò

Maus
eku

Ochse
kẹ́tẹ́kẹ́tẹ́

Hund
ajá

Hundehütte
ilé ajá

Gartenschlauch
ọpá ọgbà

Gießkanne
abọ́ omi

Sense
scythe

Pflug
ọkọ́ irúgbìn

Bauernhof - oko

Sichel
abẹ oko

Hacke
ọkọ́

Mistgabel
irinṣẹ́ kóriko

Axt
àáké

Schubkarre
wilibaro

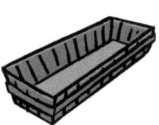
Trog
àgbá

Milchkanne
abọ́ wàrà

Sack
àpò

Zaun
ògiri

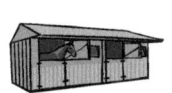
Stall
pẹpẹ oko

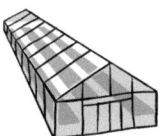
Treibhaus
ibi ìdáko

Boden
ilẹ̀

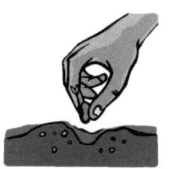
Saat
irúgbìn

Dünger
ajílẹ̀

Mähdrescher
àkópọ̀ olùkórè

Bauernhof - oko

ernten
ìkórè

Ernte
ìkórè

Yamswurzel
iṣu

Weizen
bàbà

Soja
soya

Kartoffel
ànàmọ́

Mais
àgbàdo

Raps
irúgbìn rapu

Obstbaum
igi èso

Maniok
ẹ̀gẹ́

Getreide
jéró

Bauernhof - oko

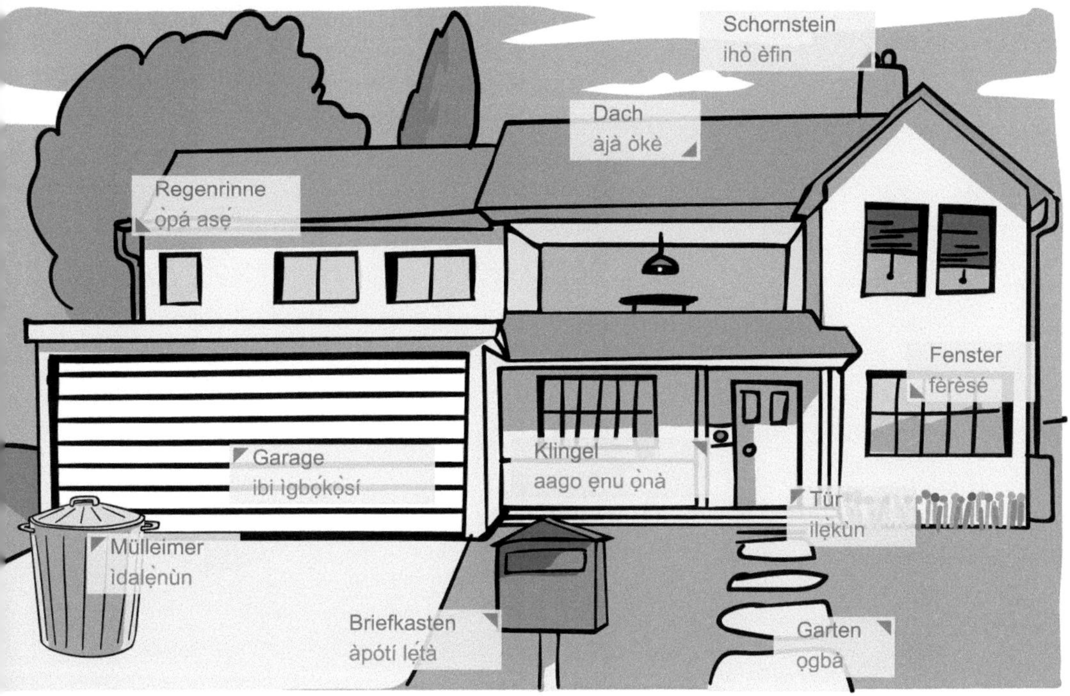

Haus
ilé

Schornstein — ihò èfin

Dach — àjà òkè

Regenrinne — òpá asẹ́

Fenster — fèrèsé

Garage — ibi ìgbókọ̀sí

Klingel — aago ẹnu ọ̀nà

Tür — ilẹ̀kùn

Mülleimer — ìdalẹ̀nùn

Briefkasten — àpótí lẹ́tà

Garten — ọgbà

Wohnzimmer
yàrá ìgbé

Badezimmer
ilé ìwẹ̀

Küche
ilé ìdáná

Schlafzimmer
yàrá ìbùsùn

Kinderzimmer
yàrá ọmọdé

Esszimmer
yàrá ìjẹun

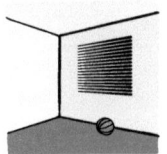

Boden
ilẹ̀

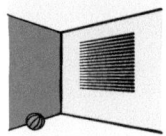

Wand
ògiri ilé

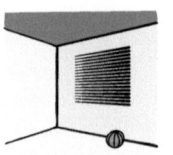

Decke
àjà

Keller
sẹla

Sauna
sauna

Balkon
òdẹ̀dẹ̀

Terrasse
ọ̀nà

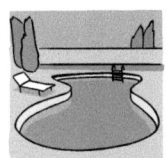

Schwimmbad
ibi iwẹ̀

Rasenmäher
ẹ̀rọ ìgéko

Bettbezug
ojú-ewé

Bettdecke
aṣọ orí ibùsùn

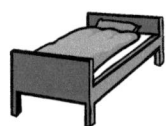

Bett
ibùsùn

Besen
ọwọ̀

Eimer
garawa

Schalter
yípo

Haus - ilé

Wohnzimmer
yàrá ìgbé

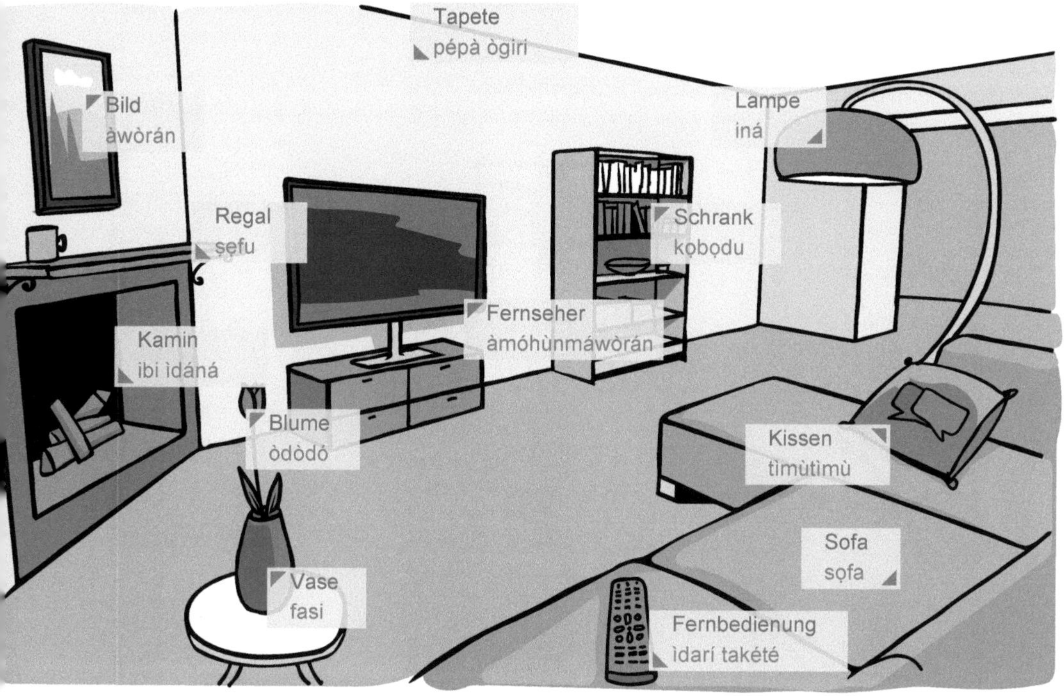

- Tapete — pépà ògiri
- Bild — àwòrán
- Lampe — iná
- Regal — ṣefu
- Schrank — kọbọdu
- Kamin — ibi ìdáná
- Fernseher — àmóhùnmáwòrán
- Blume — òdòdò
- Kissen — tìmùtìmù
- Vase — fasi
- Sofa — sofa
- Fernbedienung — ìdarí takété

Teppich
kapeti

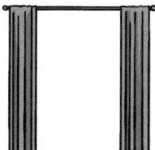

Vorhang
kọtini

Tisch
tábìlì

Stuhl
àga

Schaukelstuhl
àga amìtìtì

Sessel
àga ọlọ́wọ́

Buch
iwé

Decke
aṣọ ìbora

Dekoration
ọ́ṣọ́

Feuerholz
igi ìdáná

Film
fíìmù

Stereoanlage
irinṣẹ́ hi-fi

Schlüssel
kọ́kọ́rọ́

Zeitung
ìwé ìròyìn

Gemälde
kíkunlé

Poster
àlẹ̀mọ́

Radio
redio

Notizblock
ìkọwé

Staubsauger
ufa

Kaktus
kakitọsi

Kerze
àbẹ́là

Wohnzimmer - yàrá ìgbé

Küche
ilé ìdáná

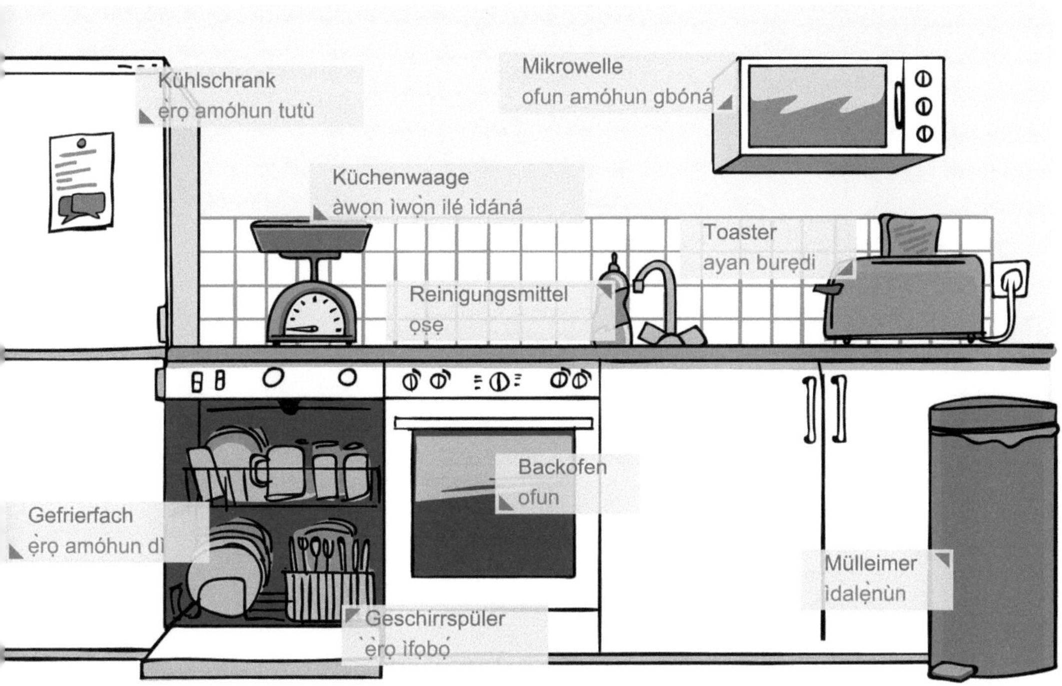

- Kühlschrank — ẹrọ amóhun tutù
- Mikrowelle — ofun amóhun gbóná
- Küchenwaage — àwọn ìwọn ilé ìdáná
- Toaster — ayan bụrẹdi
- Reinigungsmittel — ọṣẹ
- Backofen — ofun
- Gefrierfach — ẹrọ amóhun dì
- Mülleimer — idalẹ̀nùn
- Geschirrspüler — ẹ̀rọ ifọbọ́

Herd

ìdáná

Topf

ìṣasun

Eisentopf

ìṣasun irin

Wok / Kadai

wok / kadai

Pfanne

panu

Wasserkocher

kẹturu

Dampfgarer
amoru

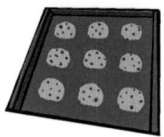

Backblech
pẹpẹ ìdáná

Geschirr
dídáná

Becher
ife gilasi

Schale
àdému

Essstäbchen
igi ijẹun

Suppenkelle
ladu

Pfannenwender
ṣíbí kòtò

Schneebesen
wisiki

Kochsieb
sitirena

Sieb
asẹ́

Reibe
gireta

Mörser
odó

Grill
àsun

Feuerstelle
ibi ìdáná

Küche - ilé ìdáná

Schneidebrett

pẹpẹ gígé

Nudelholz

igi ìlọ̀

Korkenzieher

kọkisukuru

Dose

agolo

Dosenöffner

olùṣí agolo

Topflappen

àdìmú ìṣasun

Waschbecken

kòtò

Bürste

burọ́ṣi

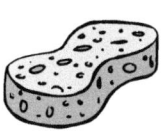

Schwamm

kaninkanin

Mixer

ẹ̀rọ ìlọta

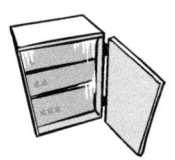

Gefriertruhe

ẹ̀rọ amóhun dì oníkòtò

Babyflasche

ohun ìjẹun ọmọdé

Wasserhahn

ẹnu ẹ̀rọ omi

Küche - ilé ìdáná

Badezimmer
ilé ìwẹ̀

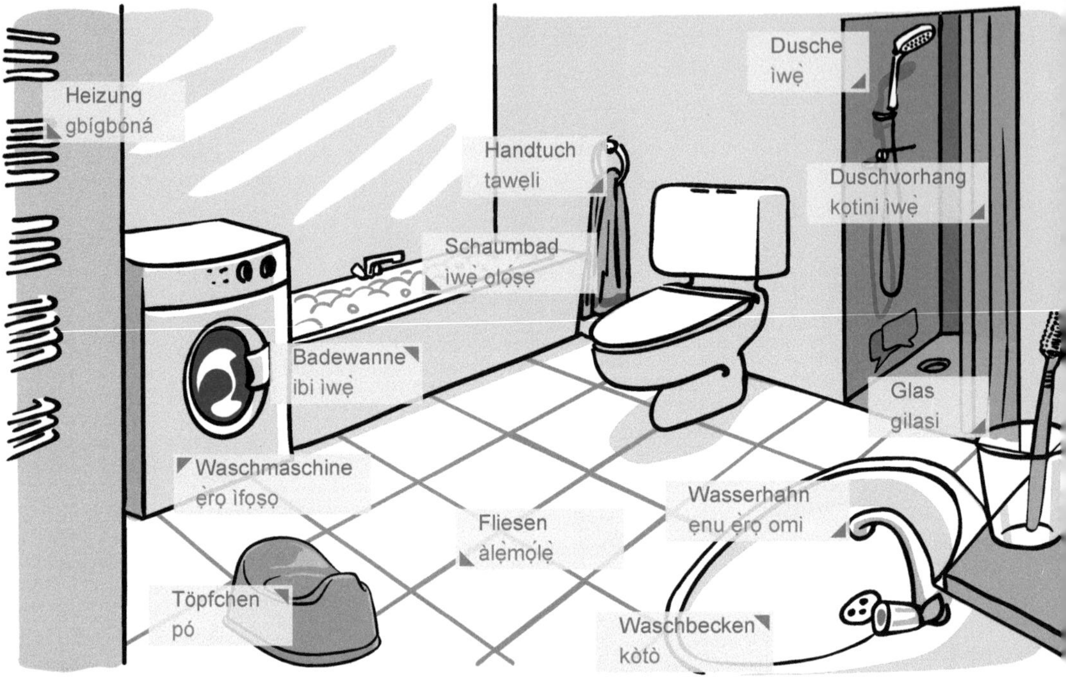

- Heizung — gbígbóná
- Dusche — ìwẹ̀
- Handtuch — tawẹli
- Duschvorhang — kọtini ìwẹ̀
- Schaumbad — iwẹ̀ olóṣẹ
- Badewanne — ibi ìwẹ̀
- Glas — gilasi
- Waschmaschine — ẹrọ ifọṣọ
- Fliesen — àlẹ̀mọ́lẹ̀
- Wasserhahn — ẹnu ẹrọ omi
- Töpfchen — pó
- Waschbecken — kòtò

Toilette

ibi ìyàgbẹ́

Hocktoilette

ibi ṣálángá

Bidet

bidẹti

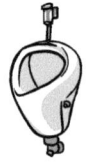

Pissoir

títọ̀

Toilettenpapier

pépa ibi ìyàgbẹ́

Toilettenbürste

burọṣi ibi ìyàgbẹ́

Zahnbürste

igi ifọnu

Zahnpasta

ọṣẹ ifọnu

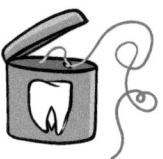

Zahnseide

filọsi eyin

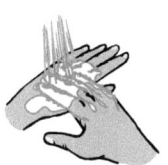

waschen

fọṣọ

Handbrause

iwẹ̀ olówó

Intimdusche

doṣi

Waschschüssel

basin

Rückenbürste

burọṣi ẹ̀yìn

Seife

ọṣẹ

Duschgel

gẹli iwẹ

Shampoo

ọṣẹ irun

Waschlappen

filanẹni

Abfluss

sẹ́

Creme

ipara

Deodorant

olóòrùn dídún

Badezimmer - ilé iwẹ̀

Spiegel

dingi

Kosmetikspiegel

díngi ọwọ́

Rasierer

abẹ

Rasierschaum

fomu ìfárungbọ̀n

Rasierwasser

lẹ́yìn ifarungbọ̀n

Kamm

ìyarun

Bürste

burọṣì

Föhn

agbẹrun

Haarspray

ìparun

Makeup

ìmúra

Lippenstift

ìtọ́tè

Nagellack

faniṣi èkaná

Watte

òwú

Nagelschere

sisọsi èkaná

Parfum

pafumu

40　　　　　　　Badezimmer - ilé ìwẹ̀

Kulturbeutel
báàgì ìwẹ̀

Hocker
àga

Waage
ìwọ̀n

Bademantel
okùn ìwẹ̀

Gummihandschuhe
ìbọ̀wọ́ rọ́bà

Tampon
tampun

Damenbinde
ìnuwọ́

Chemietoilette
ṣálángá kẹmika

Badezimmer - ilé ìwẹ̀

Kinderzimmer
yàrá ọmọdé

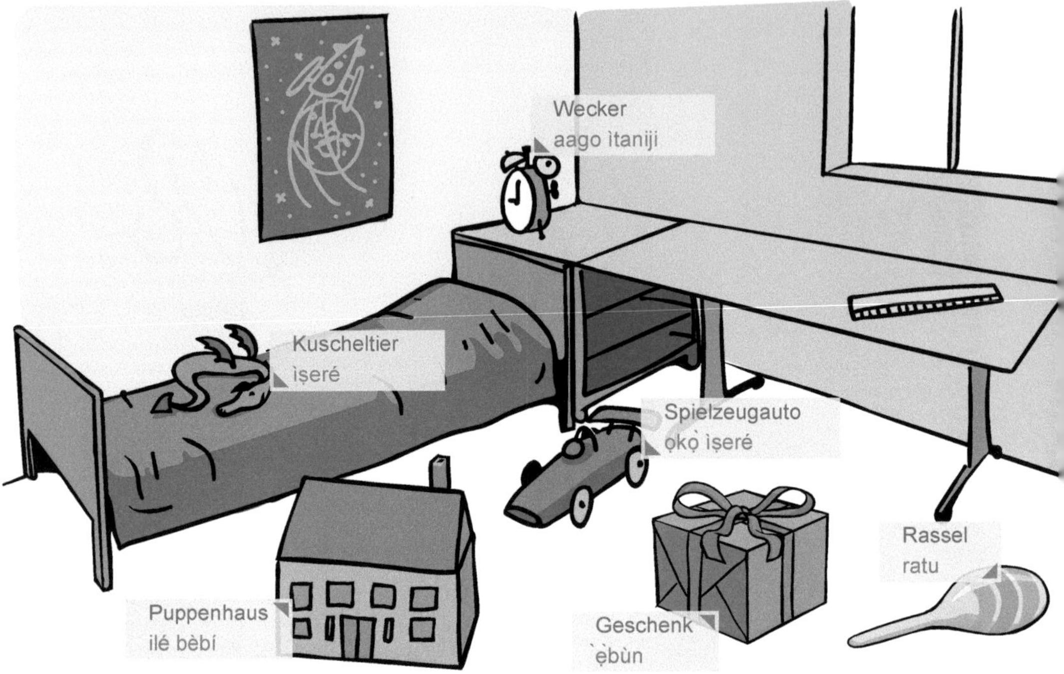

Wecker
aago ìtaniji

Kuscheltier
ìṣeré

Spielzeugauto
ọkọ̀ ìṣeré

Rassel
ratu

Puppenhaus
ilé bèbí

Geschenk
ẹ̀bùn

Ballon
fèrè

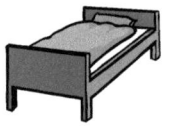

Bett
ibùsùn

Kinderwagen
ìgbọ́mọ

Kartenspiel
àpapọ̀ káàdì

Puzzle
ayùn

Comic
àwàdà

Legosteine
àwọn biriki

Bausteine
ohun ìṣeré

Action Figur
figọ ìṣe

Strampelanzug
ìdàgbàsókè

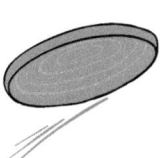
Frisbee
firisibi

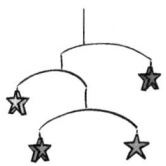
Mobile
alágbèéká

Brettspiel
eré pẹpẹ

Würfel
daisi

Modelleisenbahn
àkópọ̀ ìkọ́ni àwòṣe

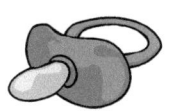
Schnuller
dọmi

Party
ayẹyẹ

Bilderbuch
ìwé àwòrán

Ball
bọ́ọ̀lù

Puppe
bèbí

spielen
ṣeré

Kinderzimmer - yàrá ọmọdé

Sandkasten

kòtò yẹpẹ̀

Schaukel

jangilofa

Spielzeug

àwọn ìṣeré

Spielkonsole

kọ́nsolu ìṣeré fídíò

Dreirad

ẹlẹ́sẹ̀ mẹ́ta

Teddy

bèbí ọmọdé

Kleiderschrank

ibi ìkaṣọsi

Kleidung
aṣọ

Socken

ṣọkisi

Strümpfe

sitọkin

Strumpfhose

ṣòkòtò

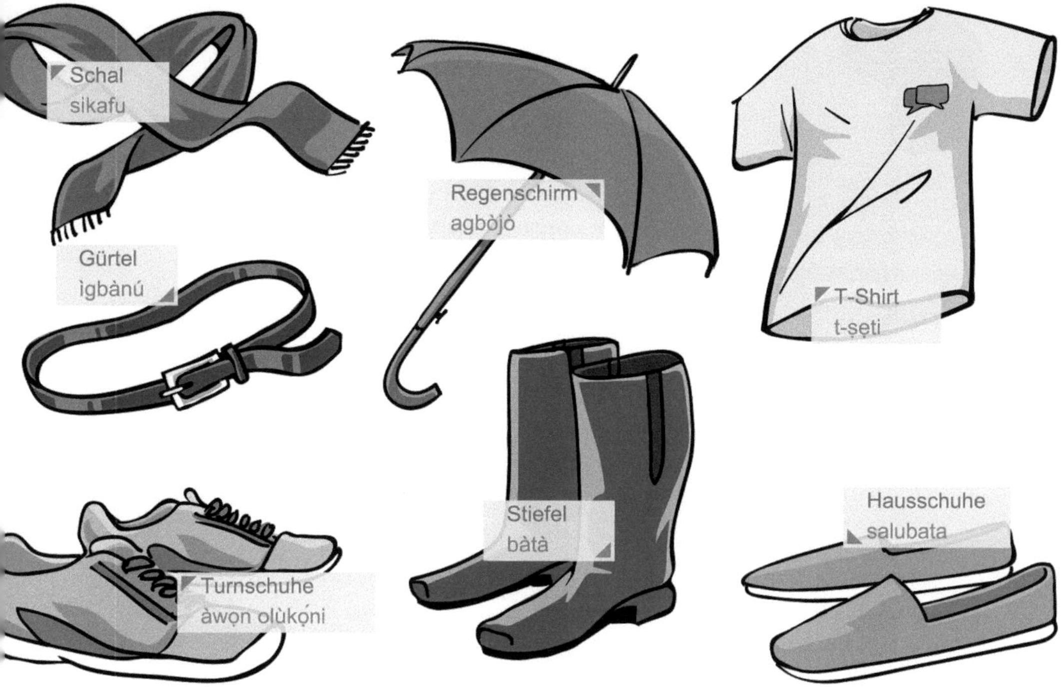

Schal
sikafu

Regenschirm
agbòjò

T-Shirt
t-ṣeti

Gürtel
ìgbànú

Stiefel
bàtà

Hausschuhe
salubata

Turnschuhe
àwọn olùkọni

Sandalen
salubata

Schuhe
bàtà

Gummistiefel
bàtà òjò

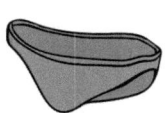

Unterhose
pátá

Büstenhalter
kọ́mú

Unterhemd
fẹsiti

Kleidung - aṣọ

Body

ara

Hose

ṣòkòtò

Jeans

kakí

Rock

sikẹti

Bluse

bulausi

Hemd

ṣẹti

Pullover

dúró

Kapuzenpullover

ìbòrí

Blazer

aṣọ òkè

Jacke

aṣọ otútù

Mantel

kotu

Regenmantel

aṣọ òjò

Kostüm

ìmúra

Kleid

wọṣọ

Hochzeitskleid

aṣọ ìgbéyàwó

Kleidung - aṣọ

Anzug
sutu

Nachthemd
aṣọ àwọ̀sùn

Schlafanzug
pijama

Sari
sari

Kopftuch
gèlè

Turban
tọbanu

Burka
bọka

Kaftan
kafitani

Abaya
abaya

Badeanzug
aṣọ ìwẹdò

Badehose
aṣọ àwọsókè

Kurze Hose
penpe

Trainingsanzug
kotu

Schürze
aṣọ ìdáná

Handschuhe
ìbọ̀wọ́

Knopf
bọ̀tìnnì

Brille
awò

Armband
ẹgbà ọwọ́

Halskette
ẹgbà ọrùn

Ring
òrùka

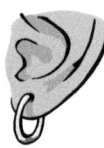

Ohrring
gbígbọ́

Mütze
filà

Kleiderbügel
ìkọ́ kotu

Hut
àkẹtẹ̀

Krawatte
tai

Reißverschluss
sipu

Helm
koto

Hosenträger
biresi

Schuluniform
aṣọ ilé-ìwé

Uniform
yunifọmu

Kleidung - aṣọ

Lätzchen
bibu

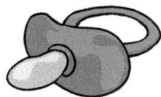
Schnuller
dọmi

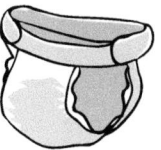
Windel
ìlédìí

Büro
ọfisi

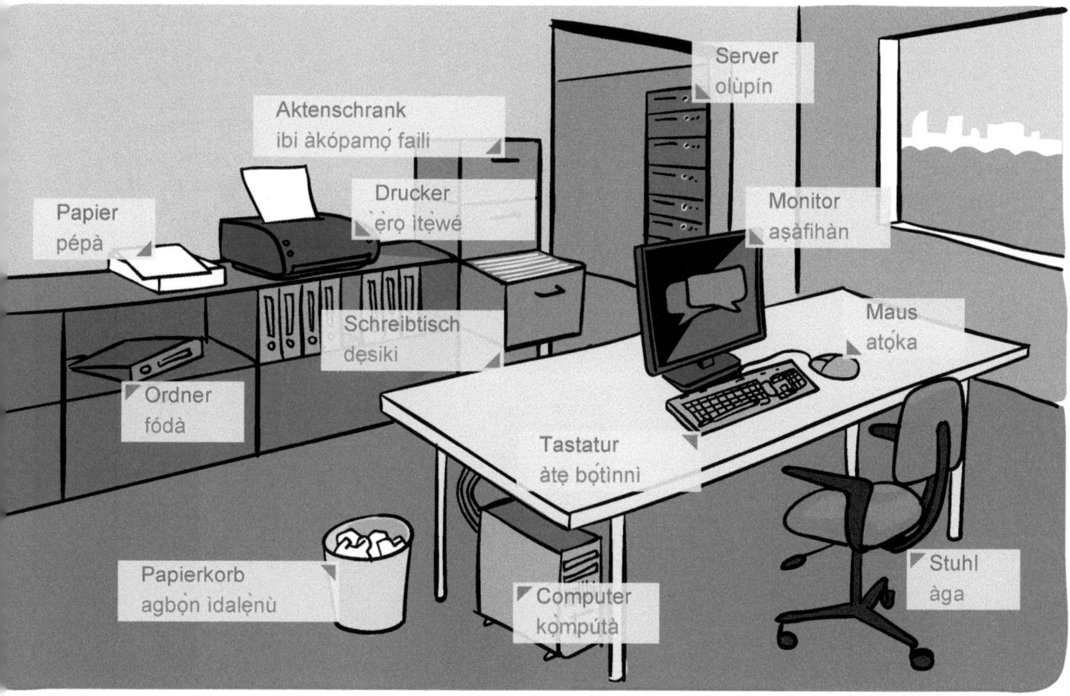

- Server — olùpín
- Aktenschrank — ibi àkópamọ́ faili
- Papier — pépà
- Drucker — ẹ̀rọ itẹ̀wé
- Monitor — aṣàfihàn
- Schreibtisch — dẹsiki
- Maus — atọ́ka
- Ordner — fódà
- Tastatur — àtẹ bọtìnnì
- Papierkorb — agbọ̀n ìdalẹ̀nù
- Computer — kọmpútà
- Stuhl — àga

Kaffeebecher
ife kọfí

Taschenrechner
ẹrọ ìṣirò

Internet
ayélujára

Laptop

kọ̀mpútà àgbélétan

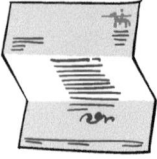

Brief

lẹ́tà

Nachricht

ìfiránṣẹ́

Handy

alágbèéká

Netzwerk

nẹ́tíwọ̀kì

Kopierer

ẹ̀rọ ẹdà

Software

sọftwia

Telefon

ẹ̀rọ ìbánisọ̀rọ̀

Steckdose

ihò iná

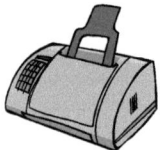

Fax

ẹ̀rọ fakisi

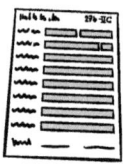

Formular

fọ́ọ̀mù

Dokument

ìwé àkọsílẹ̀

Büro - ọfisi

Wirtschaft
ọrọ̀ ajé

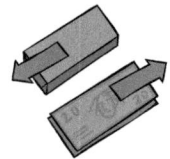

kaufen
rà

bezahlen
sanwó

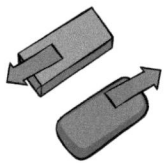

handeln
ṣòwò

Geld
owó

Dollar
dọla

Euro
yuro

Yen
yẹni

Rubel
rọbu

Franken
Siwisi frans

Renminbi Yuan
renminbi yuan

Rupie
rupi

Geldautomat
ibi owó

Wechselstube
ibi ìpàrọ̀ owó

Gold
wúrà

Silber
fàdákà

Öl
epo

Energie
agbára

Preis
iye

Vertrag
àdéhùn

Steuer
owó orí

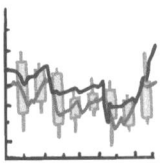

Aktie
ìpín ọjà

arbeiten
ṣiṣẹ́

Angestellter
òṣìṣẹ́

Arbeitgeber
agbani síṣẹ́

Fabrik
ilé iṣẹ́

Geschäft
ìsọ̀

Wirtschaft - ọrọ̀ ajé

Berufe
àwọn iṣẹ́ ààyọ̀

Polizist
ọ̀gá ọlọ́pàá

Feuerwehrmann
panápaná

Koch
adáná

Arzt
dókítà

Pilot
awakọ̀ òfurufú

Gärtner
ológbà

Tischler
gbẹ́nàgbẹ́nà

Näherin
aránṣọ

Richter
adájọ́

Chemiker
olóògùn

Schauspieler
òṣèré

Busfahrer

awakọ̀ èrò

Taxifahrer

awakọ̀ èrò

Fischer

apẹja

Putzfrau

omidan agbálẹ̀

Dachdecker

kanlékanlé

Kellner

agbóunjẹ

Jäger

ọdẹ

Maler

akunlé

Bäcker

olùṣe ìyẹ̀fun

Elektriker

aṣàtúnṣe iná

Bauarbeiter

akọ́lé

Ingenieur

amojú ẹ̀rọ

Schlachter

alápatà

Klempner

pulọmba

Postbote

afiwé ránṣẹ́

54   Berufe - àwọn iṣẹ́ ààyò

Soldat
jagunjagun

Architekt
ayàwòrán ilé

Kassierer
akawó

Florist
olódòdó

Friseur
aṣerun lóge

Schaffner
adarí èrò

Mechaniker
aṣàtúnṣe ọkọ̀

Kapitän
adarí

Zahnarzt
olùtọ́jú eyin

Wissenschaftler
onímọ̀ ìjìnlẹ̀

Rabbi
olùkọ́ni

Imam
imamu

Mönch
mọnki

Geistlicher
òjíṣẹ́ Ọlọ́run

Werkzeuge
àwọn irinṣẹ́

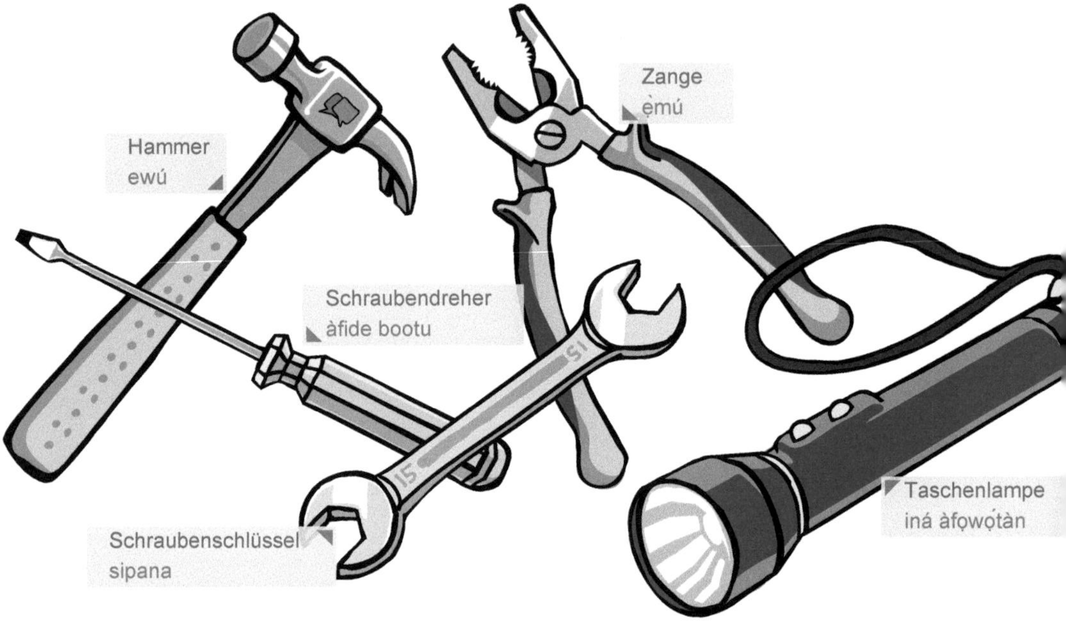

Hammer
ewú

Zange
ẹmú

Schraubendreher
àfide bootu

Taschenlampe
iná àfowọ́tàn

Schraubenschlüssel
sipana

Bagger
jiga

Werkzeugkasten
àpótí irinṣẹ́

Leiter
àgàsọ̀

Säge
ayùn

Nägel
èṣó

Bohrer
ìlu

reparieren
túnṣe

Schaufel
sọ̀bìrì

Mist!
Adágún!

Kehrblech
igbá ìdọ̀tí

Farbtopf
kòkò ọ̀dà

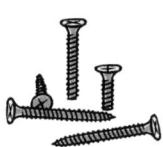
Schrauben
bootu

Musikinstrumente
àwọn irinṣẹ́ orin

Schlagzeug
àkópọ̀ ìlù

Lautsprecher
gbohùngbohùn

Gitarre
jita

Kontrabass
baasi oníméjì

Trompete
fèrè

Musikinstrumente - àwọn irinṣẹ́ orin

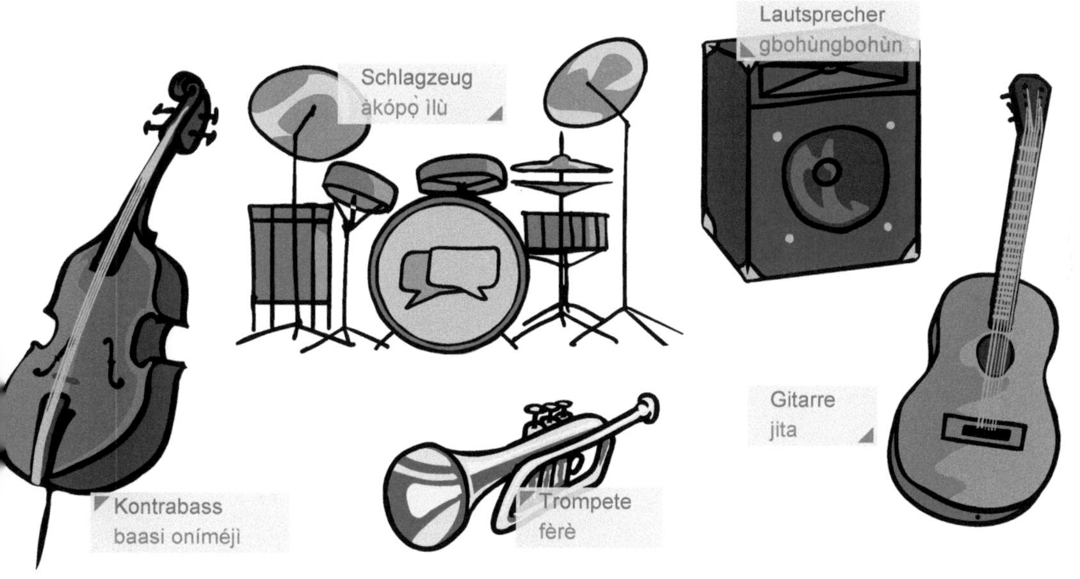

Klavier
dùrù

Violine
faolin

Bass
baasi

Pauke
timpani

Trommeln
àwọn ìlù

Keyboard
kiibọdu

Saxophon
sasofonu

Flöte
fèrè ìpè

Mikrofon
`ẹrọ gbohùngbohùn

Musikinstrumente - àwọn irinṣẹ́ orin

Zoo
ibi ẹranko

- Eingang — ìwọlé
- Tiger — ẹkùn
- Käfig — ibi ìhámọ́
- Zebra — àgbọ̀nrín
- Tierfutter — oúnjẹ ẹranko
- Panda — panda

Tiere
àwọn ẹranko

Elefant
erin

Känguru
kangaruu

Nashorn
raino

Gorilla
ọbọ lagido

Bär
biari

Kamel
kẹ́tẹ́kẹ́tẹ́

Strauß
ẹyẹ agùnlọ́rùn

Löwe
kìnìún

Affe
ọ̀bọ

Flamingo
yojayoja

Papagei
ayékòótọ́

Eisbär
biari omi

Pinguin
pinguin

Hai
ṣaki

Pfau
ọkín

Schlange
ejò

Krokodil
ọnì

Zoowärter
olùtọ́jú ibi ẹranko

Robbe
sili

Jaguar
jagua

Zoo - ibi ẹranko

Pony

poni

Leopard

ẹkùn

Nilpferd

ẹran omi

Giraffe

jirafi

Adler

àṣá

Wildschwein

ẹlẹ́dẹ́ igbó

Fisch

ẹja

Schildkröte

ijàpá

Walross

wọrọsi

Fuchs

kọlọkọlọ

Gazelle

gasẹli

Zoo - ibi ẹranko

Sport
àwọn eré ìdáraya

American Football
Bọ́ọ̀lù àfẹsẹ̀gbá Amẹrika

Radfahren
kẹ̀kẹ́

Tennis
tẹnisi

Basketball
bọ́ọ̀lù agbọ̀n

Schwimmen
ìwẹ̀ odò

Boxen
ẹlẹ́sẹ̀ẹ́

Eishockey
ọki yìnyín

Fußball
bọ́ọ̀lù àfẹsẹ̀gbá

Badminton
badmintin

Leichtathletik
àwọn tí ń sáré

Handball
bọ́ọ̀lù ọlọ́wọ́

Skilaufen
eré orí yìnyín

Polo
polo

Sport - àwọn eré ìdáraya

Aktivitäten
àwọn iṣẹ́

- springen — fò
- lachen — rẹ́ríín
- umarmen — dìmọ́
- gehen — rìn
- singen — kọrin
- beten — gbàdúrà
- küssen — fẹnukò
- träumen — àlá

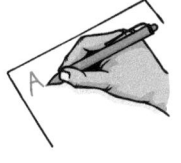

schreiben
kọ̀wé

zeichnen
yàwòrán

zeigen
fihàn

drücken
tì

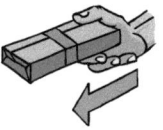

geben
funni

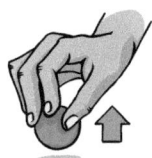

nehmen
mú

haben
ní

tun
ṣe

sein
jẹ́

stehen
dúró

laufen
sáré

ziehen
fà

werfen
jù

fallen
ṣubú

liegen
parọ́

warten
dúró

tragen
gbé

sitzen
jókòó

anziehen
múra

schlafen
sùn

aufwachen
jí

Aktivitäten - àwọn iṣẹ́

ansehen
wo

weinen
kígbe

streicheln
ọ̀pá

kämmen
ìlarun

reden
sọ̀rọ̀

verstehen
lóye

fragen
bèrè

hören
tẹ́tí

trinken
omi

essen
jẹun

aufräumen
palẹ̀mọ́

lieben
ifẹ́

kochen
dáná

fahren
wakọ̀

fliegen
fò

Aktivitäten - àwọn iṣẹ́

segeln
ìgbín

rechnen
ṣírò

lesen
kàwé

lernen
kọ́

arbeiten
ṣiṣẹ́

heiraten
gbéyàwó

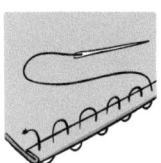
nähen
ránṣọ

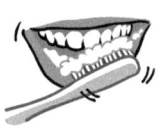
Zähne putzen
fọ eyín

töten
pa

rauchen
mu sìgá

senden
firánṣẹ́

Aktivitäten - àwọn iṣẹ́

Familie
ẹbí

Großmutter — ìyá ńlá
Großvater — bàbá ńlá
Vater — bàbá
Mutter — ìyá
Baby — ọmọdé
Tochter — ọmọbìnrin
Sohn — ọmọkùnrin

Gast
àlejò

Tante
àbúrò ìyá

Onkel
àbúrò bàbá

Bruder
arákùnrin

Schwester
arábìnrin

Familie - ẹbí

Körper
ara

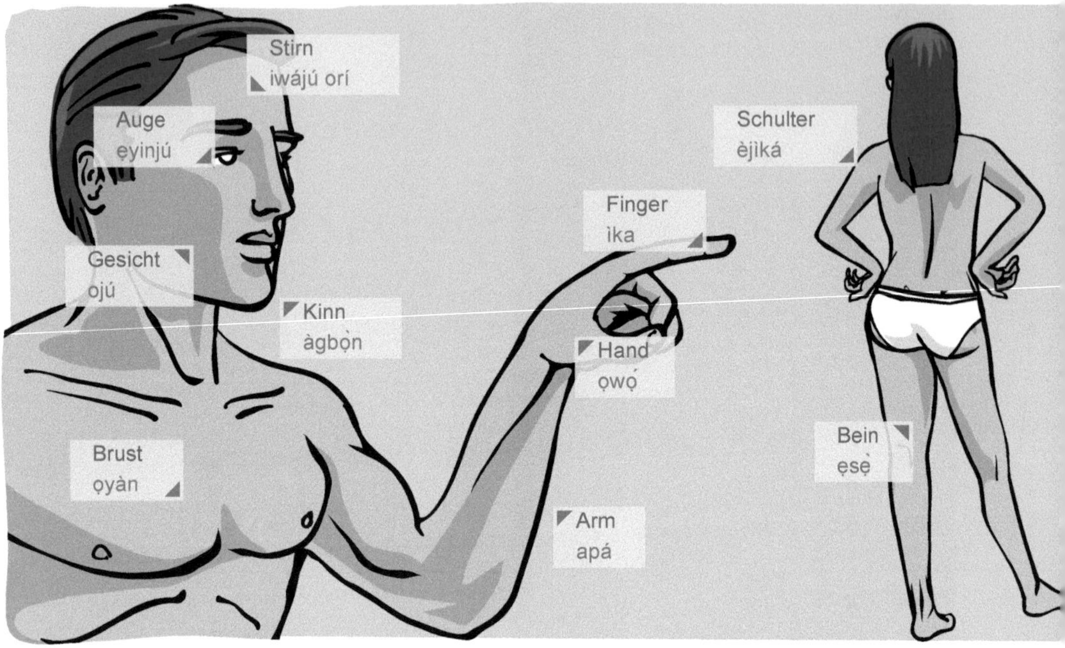

Stirn — iwájú orí
Auge — ẹyinjú
Gesicht — ojú
Kinn — àgbọ̀n
Brust — ọyàn
Schulter — èjìká
Finger — ìka
Hand — ọwọ́
Bein — ẹsẹ̀
Arm — apá

Baby
ọmọdé

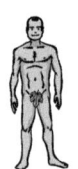

Mann
ọkùnrin àgbà

Frau
obìnrin àgbà

Mädchen
obìnrin

Junge
ọkùnrin

Kopf
orí

Körper - ara

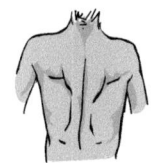

Rücken
ẹ̀yìn

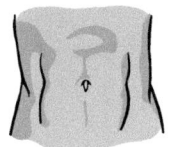

Bauch
inú

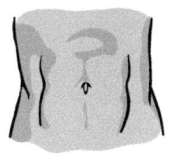

Nabel
ìdodo

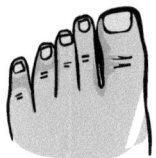

Zeh
ìka ẹsẹ̀

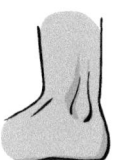

Ferse
ẹ̀yìn ẹsẹ̀

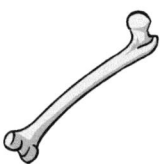

Knochen
egungun

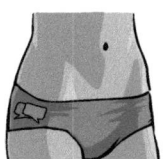

Hüfte
ìbàdí

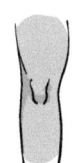

Knie
orúnkún

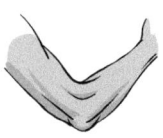

Ellenbogen
ìgúpá

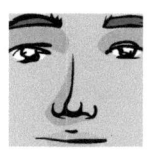

Nase
imú

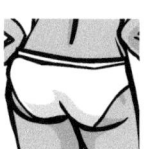

Gesäß
ìdí

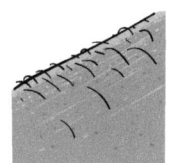

Haut
awọ

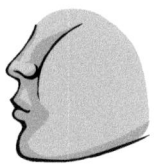

Wange
ẹ̀rẹ̀kẹ́

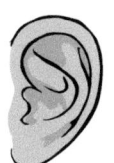

Ohr
etí

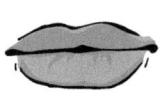

Lippe
ètè

Körper - ara

Mund
ẹnu

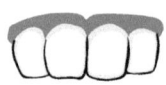
Zahn
eyín

Zunge
ahọ́n

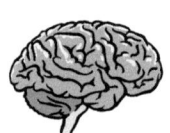
Gehirn
ọpọlọ

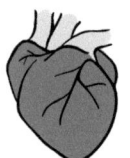
Herz
ọkàn

Muskel
iṣan

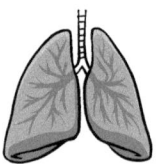
Lunge
ìfun

Leber
ẹ̀dọ̀

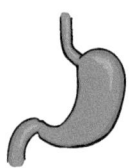
Magen
ikùn

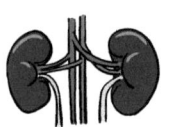
Nieren
kíndìrín

Geschlechtsverkehr
ìbálòpọ̀

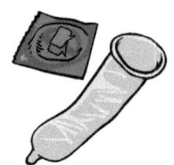
Kondom
rọ́bà àbò

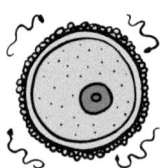
Eizelle
ofumu

Sperma
àtọ̀

Schwangerschaft
oyún

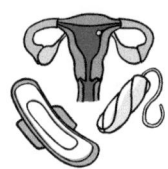 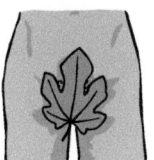 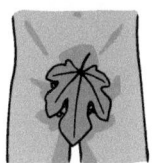

Menstruation	Vagina	Penis
ǹkan oṣù	òbò	okó

  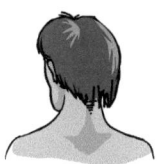

Augenbraue	Haar	Hals
ìpénpéjú	irun	ọrùn

Körper - ara

Krankenhaus
ilé ìwòsàn

Krankenhaus
ilé ìwòsàn

Krankenwagen
ọkọ̀ aláìsàn

Rollstuhl
kẹ̀kẹ́ arọ

Bruch
egun kíkán

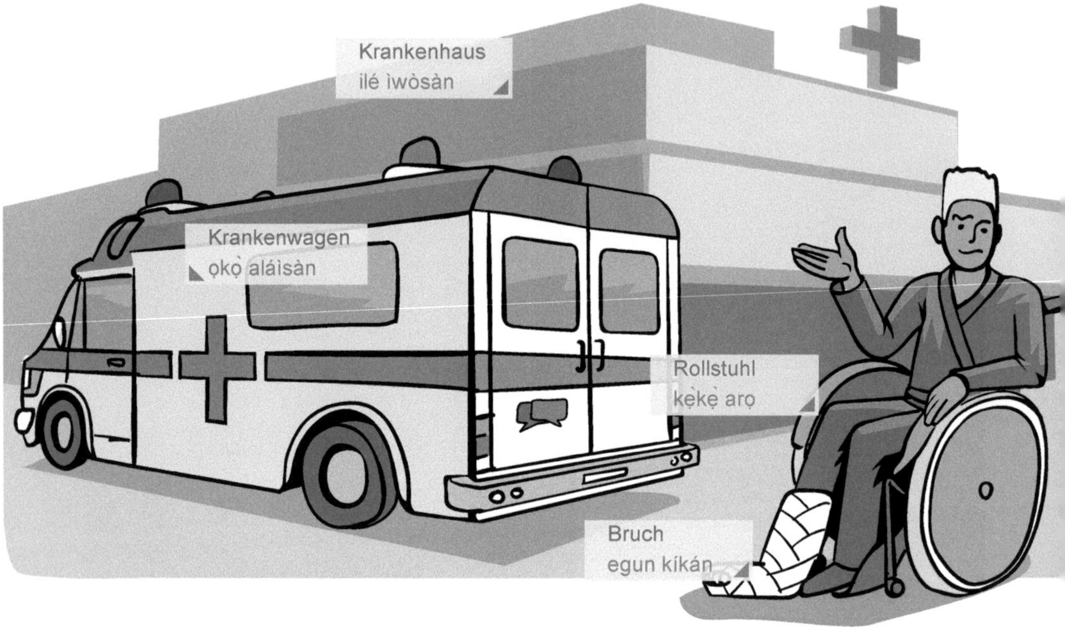

Arzt
dókítà

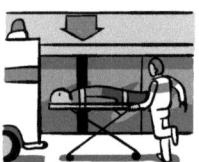

Notaufnahme
yàrá pàjáwìrì

Krankenschwester
nọ́ọ̀sì

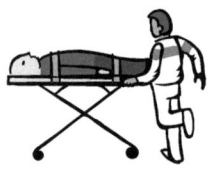

Notfall
pàjáwìrì

ohnmächtig
dákú

Schmerz
ìrora

Verletzung
egbò

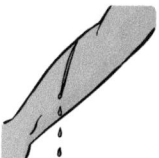
Blutung
ẹ̀jẹ̀ dídà

Herzinfarkt
àìsàn ọkàn

Schlaganfall
rọpárọsẹ̀

Allergie
àlébù ògùn

Husten
ikọ́

Fieber
ibà

Grippe
ọ̀finkìn

Durchfall
ìgbẹ́ gburu

Kopfschmerzen
ẹfọ́rí

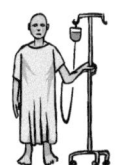
Krebs
jejerẹ

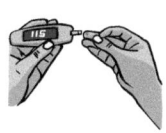
Diabetis
ìtọ̀ ṣúgà

Chirurg
alábẹ

Skalpell
abẹfẹ́lẹ́

Operation
iṣẹ́ abẹ

Krankenhaus - ilé ìwòsàn

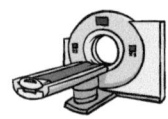	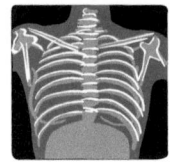	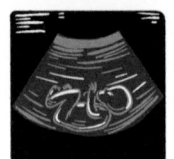
CT CT	Röntgen x-ray	Ultraschall ọtirasandi

Maske aṣọ ìbòjú	Krankheit àrùn	Wartezimmer yàrá ìdúró

Krücke ọpá	Pflaster àlẹ̀mọ́	Verband aṣọ àfiwé
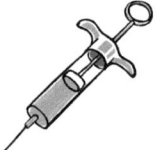	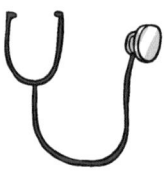	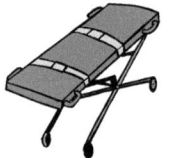
Injektion abẹ́rẹ́	Stethoskop àyẹ̀wò èémì	Trage àtẹ aláìsàn

Thermometer ẹ̀rọ ìwọ̀n oru ilé ìwòsàn	Geburt ìbí	Übergewicht ìsanrajù

Krankenhaus - ilé ìwòsàn

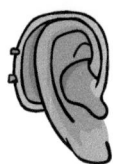		
Hörgerät	Desinfektionsmittel	Infektion
ẹ̀rọ afigbọ́rọ̀	apa kòkòrò	àkóràn

Virus	HIV / AIDS	Medizin
kòkòrò	Àrùn HIV / AIDS	ògùn
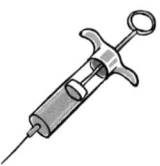	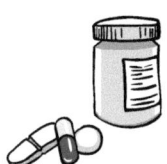	
Impfung	Tabletten	Pille
àjẹsára	tabulẹti	ògùn

Notruf	Blutdruck-Messgerät	krank / gesund
ìpè pàjáwìrì	atọpinpin ẹ̀jẹ̀ ríru	àìsàn / lera

Krankenhaus - ilé ìwòsàn

Notfall
pàjáwìrì

Hilfe! Ìrànlọ́wọ́!	 Alarm ìtanìjí	 Überfall ìluni
 Angriff ìdójukọ	 Gefahr ewu	 Notausgang ìjáde pàjáwìrì
Feuer! Iná!	 Feuerlöscher panápaná	 Unfall ìjàmbá
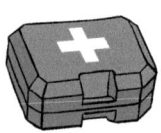 Erste-Hilfe-Koffer àpótí ìtọ́jú aláìsàn	 SOS SOS	 Polizei ọlọ́pàá

Erde
Ayé

Europa
Yuropu

Nordamerika
North Amerika

Südamerika
South Amerika

Afrika
Afirika

Asien
Esia

Australien
Ọsirelia

Atlantik
Atlantic

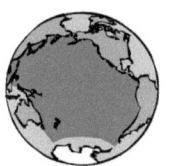
Pazifik
Pacific

Indischer Ozean
Indian Ocean

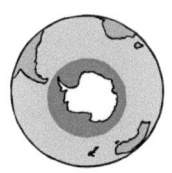
Antarktischer Ozean
Antarctic Ocean

Arktischer Ozean
Arctic Ocean

Nordpol
Òpó Ìlà Òrùn

Südpol
Òpó Ìwọ̀ Òrùn

Antarktis
Antarctica

Erde
Ayé

Land
ilẹ̀

Meer
òkun

Insel
erékùsù

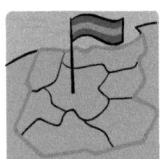
Nation
orílẹ̀-èdè

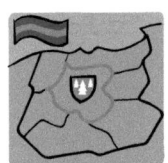
Staat
ìpínlẹ̀

Uhr
aago

Zifferblatt
ojú aago

Stundenzeiger
ọwọ́ wákàtí

Minutenzeiger
ọwọ́ ìṣẹ́jú

Sekundenzeiger
ọwọ́ ìṣẹ́jú àáyá

Wie spät ist es?
Kínni aago sọ?

Tag
ọjọ́

Zeit
àkókò

jetzt
báyìí

Digitaluhr
aago onínọ́mbà

Minute
ìṣẹ́jú

Stunde
wákàtí

Woche
ọ̀sẹ̀

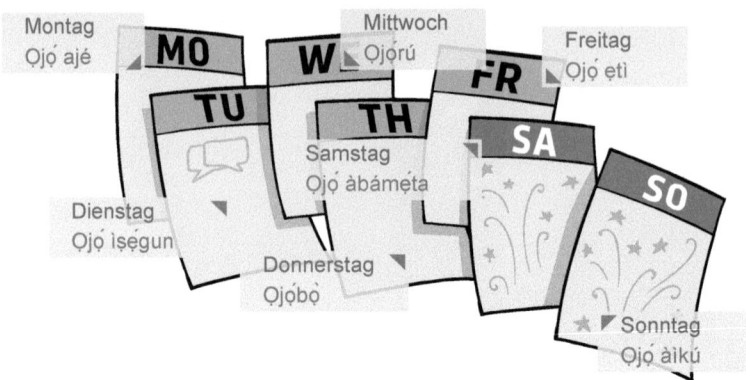

- Montag — Ojọ́ ajé
- Dienstag — Ojọ́ ìsẹ́gun
- Mittwoch — Ojọ́rú
- Donnerstag — Ojọ́bọ̀
- Freitag — Ojọ́ ẹtì
- Samstag — Ojọ́ àbámẹ́ta
- Sonntag — Ojọ́ àìkú

gestern
àná

heute
òní

morgen
ọla

Morgen
àárọ̀

Mittag
ọ̀sán

Abend
ìrọ̀lẹ́

Arbeitstage
àwọn ojọ́ iṣẹ́

Wochenende
ìparí ọ̀sẹ̀

Woche - ọ̀sẹ̀

Jahr
ọdún

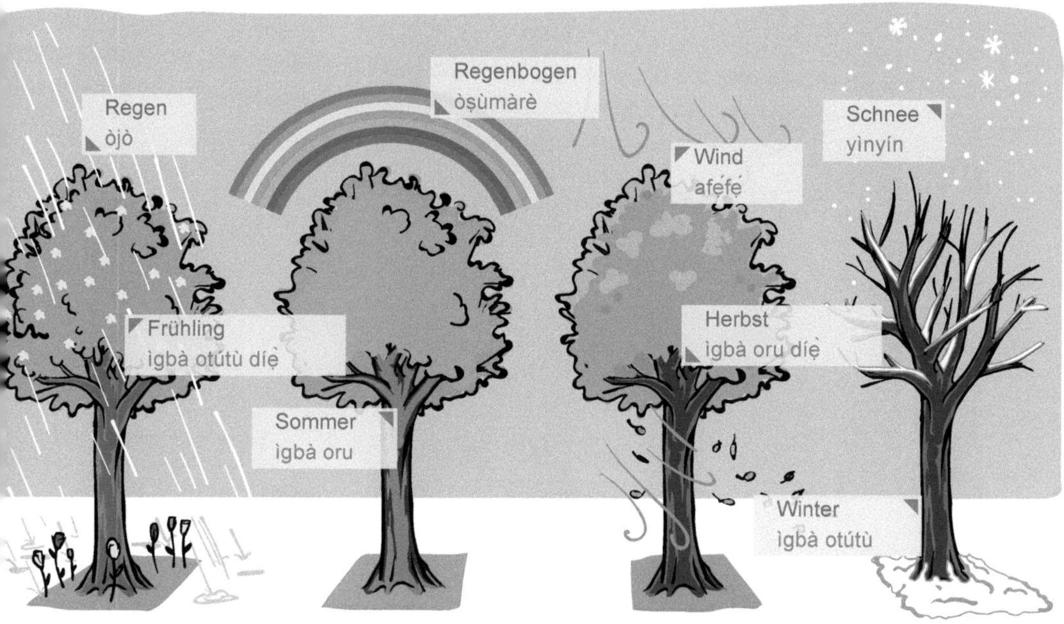

Regen
òjò
Regenbogen
òṣùmàrè
Wind
afẹ́fẹ́
Schnee
yìnyín
Frühling
ìgbà otútù díẹ̀
Sommer
ìgbà oru
Herbst
ìgbà oru díẹ̀
Winter
ìgbà otútù

4.APRIL 11°
5.APRIL 4°
6.APRIL 13°
7.APRIL 8°
8.APRIL 10°

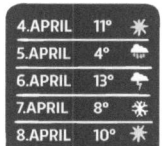

Wettervorhersage

ìsọtẹ́lẹ̀ ojú-ọjọ́

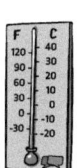

Thermometer

ẹ̀rọ ìwọ̀n oru

Sonnenschein

ìtànsán òrùn

Wolke

òfurufú

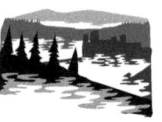

Nebel

ọ̀pọ̀lọ́

Luftfeuchtigkeit

ọ̀gìnniti

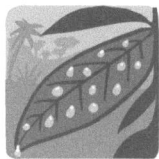

Blitz
iná

Donner
àrá

Sturm
ìjì

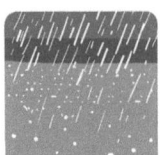

Hagel
kùrukùru

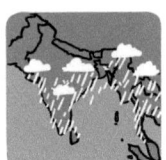

Monsun
afẹ́fẹ́

Flut
àgbàrá

Eis
omi dídì

Januar
Oṣù kínní

Februar
Oṣù kejì

März
Oṣù kẹẹ̀ta

April
Oṣù kẹẹ́rin

Mai
Oṣù kaàrún

Juni
Oṣù kẹfà

Juli
Oṣù keèje

August
Oṣù keèjọ

Jahr - ọdún

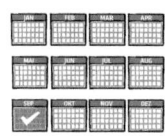
September
Oṣù kẹẹ̀sán

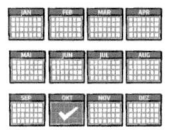
Oktober
Oṣù keẹ̀wá

November
Oṣù kọkànlá

Dezember
Oṣù kejìlá

Formen
àwọn ìrísí

Kreis
róbótó

Quadrat
onígun mẹ́rin dọ́gba dọ́gba

Rechteck
onígun mẹ́rin

Dreieck
onígun mẹ́ta

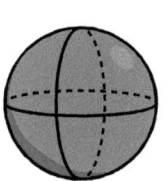
Kugel
sifia

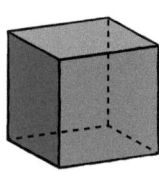
Würfel
kubu

Farben
àwọn àwọ̀

weiß
funfun

gelb
yẹlo

orange
olómi ọsàn

pink
pinki

rot
pupa

lila
pọpu

blau
bulu

grün
aláwọ̀ ewé

braun
buranu

grau
rẹsúrẹsú

schwarz
dúdú

Gegenteile
òdì

viel / wenig

ọ̀pọ̀ / níwọ̀nba

wütend / friedlich

bínnú / farabalẹ̀

hübsch / hässlich

rẹwà / òbùrẹwà

Anfang / Ende

bíbẹ̀rẹ̀ / òpin

groß / klein

ńlá / kékeré

hell / dunkel

mọ́lẹ̀ / dúdú

Bruder / Schwester

arákùnrin / arábìnrin

sauber / schmutzig

mímọ́ / dọ̀tí

vollständig / unvollständig

parí / àìparí

Tag / Nacht

ọjọ́ / alẹ́

tot / lebendig

kú / àyè

breit / schmal

fẹ̀ / tínrín

genießbar / ungenießbar

jíjẹ / àìlèjẹ

böse / freundlich

ibi / dára

aufgeregt / gelangweilt

dunnú / sísú

dick / dünn

tóbi / tínrín

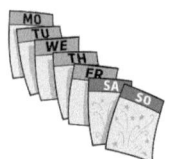

zuerst / zuletzt

àkọ́kọ́ / ìgbẹ̀yìn

Freund / Feind

ọ̀rẹ́ / ọ̀tá

voll / leer

kún / ṣófo

hart / weich

le / rọ̀

schwer / leicht

wúwo / fúyẹ́

Hunger / Durst

ebi / òhùngbẹ

krank / gesund

àìsàn / lera

illegal / legal

tàpá sófin / bá òfin mu

intelligent / dumm

ọlọ́gbọ́n / òmùgọ̀

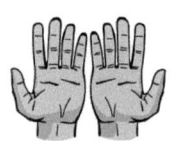

links / rechts

òsì / ọ̀tún

nah / fern

tòsí / jìnnà

Gegenteile - òdì

neu / gebraucht
tuntun / àlòkù

nichts / etwas
àìsí nkan / níní nkan

alt / jung
arúgbó / ọ̀dọ́

an / aus
tàn / kú

offen / geschlossen
ṣí / padé

leise / laut
dákẹ́ / pariwo

reich / arm
lọ́rọ̀ / tòsì

richtig / falsch
tọ̀nà / àìtọ̀nà

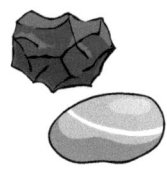

rau / glatt
àìdán / dán

traurig / glücklich
banújẹ́ / dunú

kurz / lang
kúrú / gùn

langsam / schnell
lọ́ra / yára

nass / trocken
tutù / gbẹ

warm / kühl
lọ́wọ́rọ́ / otútù

Krieg / Frieden
ogun / àlàfíà

Gegenteile - òdì

Zahlen
nọ́mbà

0 null — òdo

1 eins — méní

2 zwei — méjì

3 drei — mẹta

4 vier — mẹ́rin

5 fünf — márùún

6 sechs — mẹ́fà

7 sieben — méje

8 acht — mẹ́jọ

9 neun — mẹ́sàán

10 zehn — mẹ́wàá

11 elf — mọ́kànlá

12 zwölf — méjìlá	**13** dreizehn — mẹ́tàlá	**14** vierzehn — mẹ́rìnlà
15 fünfzehn — mẹdogun	**16** sechzehn — marundinlógún	**17** siebzehn — mẹ́tàdínlógún
18 achtzehn — méjìdínlógún	**19** neunzehn — mọ́kàndínlógún	**20** zwanzig — ogún
100 hundert — ọgọ́rùún	**1.000** tausend — ẹgbẹ̀rún	**1.000.000** million — miliọnu

Zahlen - nọ́mbà

Sprachen
àwọn èdè

Englisch
Gẹ̀ẹ́sì

Amerikanisches Englisch
Gẹ̀ẹ́sì Ilẹ̀ Amẹ́ríkà

Chinesisch Mandarin
Mandarini Ṣaina

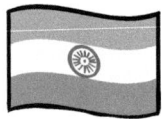

Hindi
Hindi

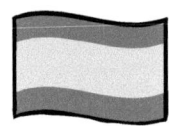

Spanisch
Sipaniṣi

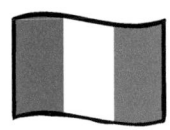

Französisch
Faransé

Arabisch
Lárúbáwá

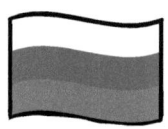

Russisch
Roṣia

Portugiesisch
Potugi

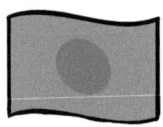

Bengalisch
Bẹngali

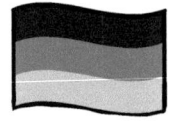

Deutsch
Jamani

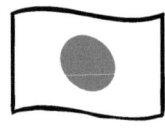

Japanisch
Japanisi

wer / was / wie
tani / kínni / báwo

ich
Èmi

du
ìwọ

er / sie / es
ọkùnrin / obìnrin / nkan

wir
àwa

ihr
ìwọ

sie
àwọn

wer?
tani?

was?
kínni?

wie?
báwo?

wo?
níbo?

wann?
nígbà wo?

Name
orúkọ

wo
níbo

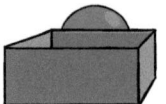

hinter

lẹ́yìn

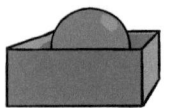

in

inú

vor

níwájú

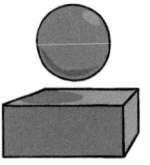

über

lókè

auf

lórí

unter

lábẹ́

neben

lẹ́gbẹ̀ẹ́

zwischen

láàrín

Ort

ibi